ભીંતો પર વૃક્ષ

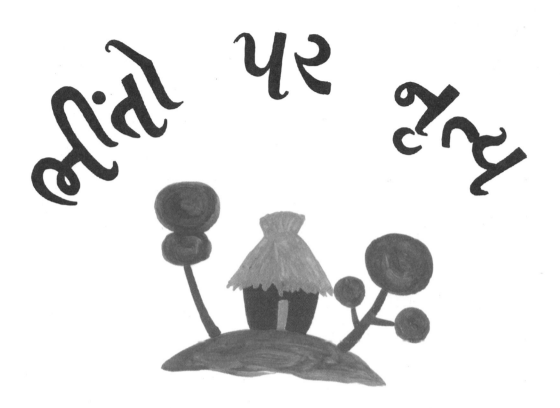

કથા શમીમ પદમસી

કળા ઉમા કૃષ્ણસ્વામી

અનુવાદ નીતા ભુવા

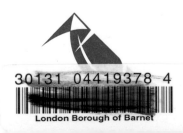

Bheento par nritya (Gujarati)

ISBN 978-81-8146-371-5
© *text* Tulika Publishers
© *illustrations* Uma Krishnaswamy
First published in India, 2007

Published by
Tulika Publishers, 13 Prithvi Avenue, Abhiramapuram, Chennai 600 018, India
email tulikabooks@vsnl.com *website* www.tulikabooks.com

Printed and bound by
Sudarsan Graphics, 27 Neelakanta Mehta Street, T. Nagar, Chennai 600 017, India

www.tulikabooks.com   For more information about Tulika or to order books visit our website.

''હું ઈચ્છુ છું, શિરવી ગણગણી,'' હું ઈચ્છુ છું કે મારા હાથનાં
એક ઝપાટાથી હું આ આંગણુ સાફ કરી લઉં !''

અને ચોખા સાફ કરી તેને ખાંડી નાંખુ અને ભીંતને છાણાથી
લીંપી દઉં અને...

સહ્યાદ્રિ ટેકરીઓમાં આવેલા એક ગામમાં શિરવી રહેતી હતી. લણણી ના તહેવાર પહેલાની એ રાત હતી. મોટો સોનેરી ચાંદો ધીરે ધીરે ઉગતો હતો. બીજા દિવસની ઉજવણી માટે જોઈતી વસ્તુ લેવા માટે તેના માતાપિતા અને બે બહેનો બજાર ગયા હતા.

શિરવી ખૂબ થાકી ગઈ હતી તેથી તે ન ગઈ પણ હકીકતમાં તો ઘરનાની ગેરહાજરીમાં ઘરનું બધુ જ કામ પોતે પતાવી દઈને તેઓને આશ્ચર્ય પમાડવા હતા.

એક નાની છોકરી માટે આ કામ વધુ પડતુ કહેવાય. એટલે જ તે ગણગણી. ''હું ઈચ્છુ છુ કે...''

''કુ...કુક...કુક...!'' પક્ષીએ ટહુકો કર્યો અંજીરના ઝાડ પરથી ચકિત થયેલુ એક ચામાચીડીયુ ઉડી ગયું. રાત્રિના આકાશમાં એક ખરતા તારાનો ચમકારો થયો.

અચાનક શિરવીએ નદી પાસે કંઈક જોયું. જાણે રૂપાની રજકણો મોટા મસ ઉગમતા ચાંદા પરથી નીચે ધરતી પર વરસતી હતી. નદી પાસે ચાંદનીના લિસોટા પરથી એક પછી એક રૂપેરી જીવો સરકતા સરકતા નીચે આવતા હતા.

શિરવીએ જોયું તો સેંકડો રૂપેરી જીવો
નદી કિનારે આમતેમ દોડતા હતા.
પોતાનાં સાઠીકડા જેવા હાથ હલાવીને
જાણે મદદ માટે બોલાવતા હતા.

તેમનાંમાંથી એક જણ નદીમાં પડીને
પાણીનાં પ્રવાહ સાથે તણાતુ હતું.

શિરવીએ તરત જ ઝાડની એક પાતળી લાંબી ડાળખી તોડીને પાણીમાં નાંખી. ''લાકડી જલ્દી પકડી લે, બેબી,'' તેણે બૂમ પાડી.

શિરવીએ તેને પાણીમાંથી બહાર કાઢી ત્યાં સુધી તેણે લાકડી પકડી રાખી.

તે જીવે તેનો આભાર વ્યક્ત કર્યો.

શિરવીએ જવાબ આપો, ''એમાં શી ધાડ મારી ! પણ તમે બધા કોણ છો? ક્યાંથી આવ્યાં છો?''

એક જીવે આગળ આવીને કહ્યું, ''ચાંદ પરથી, હાસ્તો વળી. અમે ચંદ્રલોકના રહેવાસી છીએ. કોઈકવાર અમે પણ ધરતી પર આવીને મજા કરીએ. ઝાડ પર ચઢીએ, ફૂલોની સુગંધ માણીએ અને પક્ષીનો કલરવ સાંભળીએ.''

બીજા જીવે કહ્યું, ''પણ, અમને તરતા નથી આવડતું. ચંદ્ર પર પાણી ન હોય તે તો તમને ખબર જ હશે.''

''અને હવે અમે તારા માટે કંઈક કરશું.''

''પણ...પણ...કેવી રીતે? તમે તો કેટલા નાના છો?'' શિરવીએ કહ્યું.

જે જીવને બચાવ્યો હતો તેણે કહ્યું, ''તે કોઈ વસ્તુની ઇચ્છા પ્રગટ કરી હતી ને?''

અને શિરવી કાંઈ બોલે તે પહેલા રૂપેરી જીવો કામે લાગી ગયા. ચોખા સાફ કરીને ખાંડી નાંખ્યા, આંગણુ વાળી આપ્યું, ભીંતોને લીંપી દીધી ચપટીમાં તો બધું જ કામ પતી ગયુ.

એક જીવે કહ્યું, ''અમે પ્રકાશની ગતિથી કામ કરીએ છીએ. અને હવે, ચાલો આપણે નૃત્ય કરીએ.''

કોઈક ઘાસની વાંસળીથી મીઠા મીઠા સૂરો રેલાવતુ હતું. બીજા સૌ ટોળે વળીને તાળી વગાડતા, ચપટી વગાડતા તાલ આપતા હતા. શરૂઆતમાં ધીમે ધીમે અને પછી જોરજોરથી મહેફીલ આગળ વધતી ગઈ.

ત્યાં તો રાત્રિનાં અંધકારમાંથી એક અવાજ ઉઠયો, ''આ બધુ અહીં શું ચાલી રહ્યું છે!''

નૃત્યકારોમાં સોપો પડી ગયો. પ્રકાશ નાં ચમકારા માંથી ફૂટ્ કરતાક કુદકો મારીને તાજી લીંપેલી ભીંતોમાં ઘૂસી ગયા. વાંસળી વગાડનાર વચ્ચે અને બીજા બધા તેને ફરતે કુંડાળામાં એમ એક પછી એક બધા કૂદકો મારીને ગોઠવાઈ ગયા.

''શું ચાલી રહ્યું છે'' તે જોવા માટે બીજા ઘણા લોકો પોતાનાં ઘરેથી બહાર નીકળવા લાગ્યા.

દરમિયાનમાં શિરવીનાં માતાપિતા ઘરે પાછા ફર્યા. તેમણે જ્યારે ભીંત્ પરનાં ચિત્રો જોયા તો તેમને થયું કે આ તો શિરવી એ દોર્યા છે. ''આ ચિત્રો ખૂબ સુંદર છે, શિરવી!'' તેની માએ કહ્યું.

''હા, સાચે જ, ખૂબ સુંદર!'' બીજા બધા ગણગણ્યા. આની પહેલા કોઈએ આવા સુંદર ચિત્રો કદી દોર્યા ન હતા.

તે દિવસથી વાર્લીનાં લોકો તેમની દિવાલોને ચમકતા સફેદ ચિત્રોથી. શણગારવા લાગ્યા. નાચતા, ગાતા, ગાયોનો ચરાવતા, પ્રાર્થના કરતા...

પરંતુ ફક્ત શિરવીને જ ભીંતો પરનાં નૃત્યનુ રહસ્ય ખબર હતું!

This book is dedicated to my daughters – Yasmin, Shanaz, Mahajabeen and Nusha; my grandchildren – Mehdi, Sophia Jena and Ziya; and my grandnieces and nephews –SophiaMaya, Aaniya, Inaya, Ishaan and Zain. I hope it will help them know India better, as well as all the people who make it great. – Shamim